என் கிறுக்கல்கள்

தமிழ் கவிதைத் தொகுப்பு

உமாமகேஸ்வரி. மு

XpressPublishing
An imprint of Notion Press

XpressPublishing
An imprint of Notion Press

Old No. 38, New No. 6
McNichols Road, Chetpet
Chennai - 600 031

First Published by Notion Press 2019
Copyright © Uma Makeswari M 2019
All Rights Reserved.

ISBN 978-1-64678-438-7

This book has been published with all efforts taken to make the material error-free after the consent of the author. However, the author and the publisher do not assume and hereby disclaim any liability to any party for any loss, damage, or disruption caused by errors or omissions, whether such errors or omissions result from negligence, accident, or any other cause.

While every effort has been made to avoid any mistake or omission, this publication is being sold on the condition and understanding that neither the author nor the publishers or printers would be liable in any manner to any person by reason of any mistake or omission in this publication or for any action taken or omitted to be taken or advice rendered or accepted on the basis of this work. For any defect in printing or binding the publishers will be liable only to replace the defective copy by another copy of this work then available.

தமிழ் மொழியின் புகழையும் தமிழ் இலக்கியத்தின் புகழையும் உலகெங்கும் பரப்பும் உன்னத சேவை புரிந்து கொண்டிருக்கும் ஒவ்வொரு தமிழ் எழுத்தாளருக்கும் இந்த கத்துக்குட்டியின் நூல் சமர்ப்பணம்!

பொருளடக்கம்

அணிந்துரை	vii
முன்னுரை	ix
நன்றி	xi
முகவுரை	xiii
1. யானை முக அழகா!	1
2. என் கண்ணே நீ கண்ணுறங்கு!!	2
3. எங்கே புள்ள போனே நீ	4
4. இறந்த காலம்	6
5. நீயும் நானும்	7
6. என்னை ஏன் மறந்தேன்?	8
7. கனாக் கண்டேன் தோழி!!	9
8. என்றும் உன்னுடன்	10
9. தேடும் கண்களைத் தேற்றுவதெப்படி?	11
10. ஊடல்	12
11. நான் யார்?	13
12. யாரய்யா நீவீர்?	14

• v •

அணிந்துரை

பல்வேறுக் காலகட்டங்களில் பல்வேறு சூழ்நிலைகளில் எனது எண்ணத்தில் உதித்தக் கவிதைகளின் தொகுப்பு இந்நூல்.

முன்னுரை

தமிழகத்தின் கடைக்கோடியான பெருமை வாய்ந்த நாஞ்சில் மண்ணில் பிறந்தவள் என்பதில் எனக்கு எப்போதுமே பெருமை உண்டு. சிறு வயது முதலே புத்தங்கள் மட்டும் அல்ல, மளிகைக் கடையில் பொட்டலம் மடித்துக் கொடுக்கும் அந்த காகிதத்தை வாசிப்பதில் கூட எனக்கு அலாதிப் பிரியம். சிறுவயதில் எப்போதாவது தோன்றும் போது எழுதும் கவிதையை நானே விமர்சகராய் படித்துக் கிழித்துப் போட்டு விடுவேன். பல ஆண்டுகளுக்குப் பிறகு என் தோழி பிரியா அளித்த ஊக்கத்தில் மீண்டும் எழுத முயன்றேன். அவ்வாறு நான் எழுதிய கவிதைகளின் தொகுப்பை வாசகர்களாகிய உங்களுக்கு ஒரு நூலாய் தொகுத்து வழங்க எனக்கு ஒரு அரிய வாய்ப்பு கிடைத்ததில் மிக்க மகிழ்ச்சி. எனது முதல் நூலுக்கு நீங்கள் அளிக்கப் போகும் ஆதரவு என்னை மேலும் எழுதத் தூண்டும் என நான் நம்புகிறேன்.

நன்றி

நான் வாசித்த எழுத்துக்களே எனக்கு குருவாய் அமைந்து எனக்கு எழுதும் ஆற்றலை வழங்கியுள்ளது. அந்த பேராற்றலுக்கும் எனக்கு ஊக்கம் அளித்த நல்ல உள்ளங்களுக்கும் எனது நன்றிகள். எல்லாவற்றிக்கும் மேலாக எனது கவிதைகள் ஒரு நூலாக வடிவம் பெறவும் அந்நூலை இணையம் மூலமாக வெளியிடவும் வாய்ப்பளித்த 'நோஷன் பிரஸ்' நிறுவனத்திற்கு அளப்பரிய நன்றிகள்.

முகவுரை

இந்நூலில் உள்ள கவிதைகள் அனைத்தும் ஒரு பொதுவான கருத்தையோ எந்த ஒரு தனிப்பட்ட நபரையோ குறிப்பதாக அன்றி அனைத்தும் பல்வேறு சூழ்நிலைகளில் என் சிற்றறிவில் உதித்தவை ஆகும்.

1. யானை முக அழகா!

அழகுக்கு உன் தம்பி என்றால்
அறிவுக்கு என்றும் அண்ணன் நீ அன்றோ!
அன்னை தந்தையே உலகமென
அன்றே நீ 'ஸ்மார்ட் வொர்க்' செய்தாய்!
மிருகம் கலந்ததே மனிதம்
என்று உரைக்கின்றதோ உன் உருவம்
பஞ்ச பூதமே நம்முருவாம்
என்றுணர்த்தும் ஐங்கரனின் வடிவம்

ஆத்தங்கரை வீடு போதும்
அருகம்புல் மாலை போதும்
மஞ்சள் பிடித்தால் நீ வருவாய்
பசுஞ்சாணத்திலும் நீ அமர்வாய்
நீ இல்லாத இடமேது
உன்னை வணங்காது செய்யும் தொழிலேது
நீதான் என்றும் முதற்கடவுள்
மூத்தவனே.. யானை முக அழகா!

2. என் கண்ணே நீ கண்ணுறங்கு!!

ஆதவனை மேற்கில் அமிழ்த்தி விட்டு
வெண்ணிலவை உனக்காய்க் கொண்டு வந்தேன்
அந்த தண்மையிலே நீ கண்ணுறங்கு!!

ஊரார் எல்லாம் அமைதி காக்க
உத்தரவும் நான் போட்டு விட்டேன்
குழந்தாய் நீ கண்ணுறங்கு!!

சிரித்துக் கொண்டே நீ படுத்திருந்தால்
எங்கனம் நான் துயில் கொள்வேன்
எனக்காய் நீ கண்ணுறங்கு!!

நீ கண் மலர்ந்து பார்க்கும் வரை
உலகம் விடியாதுக் காத்திருக்கும்
நிம்மதியாய் நீ கண்ணுறங்கு!!

சேட்டை எல்லாம் மூட்டைக் கட்டி
ஒரு ஓரமாகப் போட்டு விட்டு
கொஞ்சம் நீ தான் கண்ணுறங்கு!!

காலையில் ஓடி விளையாட

கொஞ்சம் ஓய்வெடுக்க வேண்டாமா
ஆதலால் நீ கண்ணுறங்கு!!

அயர்ந்து வேலைக் களைப்பினிலே
அப்பா குறட்டை விடத் துவங்கிடுவார்
விரைவாய் நீ கண்ணுறங்கு!!

பகலில் ஆட்டம் இரவில் தூக்கம்
இது தான் உலக நியதி
பொன்மயிலே நீ கண்ணுறங்கு!!

3. எங்கே புள்ள போனே நீ

எங்கே புள்ள போனே நீ
கலியாணம் தான் கட்டிக்கிடியோ
புருஷன் பின்னாடி போயிட்டியோ
உன் கனவெல்லாம் தொலச்சிட்டியோ
புள்ளயார் கோவில் மரத்தடியில்
நாம வெளயாண்டது ஞாபமிருக்கா
என் காலில் முள் குத்த
நீ துடிச்ச கதை நெனவிருக்கா
புது கதிரு நெல் திருடி
பொரி வாங்கித் தின்ணோம் மறந்திடுச்சா
எங்கே புள்ள போனே நீ
தீபாவளிக்குப் போட்ட நாடகத்தில்
நீ தானே ஜாண்சி ராணி
உன் தோழி இங்க நான் தவிக்க
நீ எங்க போனே என் ராணி
சிறுவீட்டுப் பொங்கல் கூட்டாஞ்சோறு
நீ இல்லாம காயுதடி
ஓங்குரல் கேக்காம
என் செவியெல்லாம் பழுதாச்சு
என் தங்கமே நீ இங்க வாடி
எங்கே புள்ள போனே நீ
நீ கடிச்சுத் தின்னத் தானே

கடலை முட்டாய் காத்திருக்கு
எலந்த வடை கல்கோனா
கேக்கு முட்டாய் ஏங்கி நிக்கு
அரச மரம் அழுவுதடி
நம்ம தெருவெல்லாம் தேம்புதடி
நீ திரும்பி வாடி என் தோழி
ஆல மர ஊஞ்சலுமே
உன்னத் தேடுது நீ ஓடி வாடி

4. இறந்த காலம்

ஊர்த் திருவிழா பத்து நாள் கொண்டாட்டம்
சுடலை மாட சுவாமி கோவில், கருப்பசுவாமி கோவில்
கொடை
சாமித்தோப்பு திருவிழா யானை குதிரை ஊர்வலம்
பயந்து பயந்து குதித்துப் போட்ட ஆற்றுக் குளியல்
கரையோரக் கருப்பசுவாமி சிலையைக் கூட
அடித்துச் சென்ற தீபாவளிப் பெருவெள்ளம்
ஒரு புறம் வயலில் தவளை பாட்டுப் பாட
மறுபுறம் பழயாற்று நீர் ஓட
அம்மா கையை நானும் அப்பா கையை அக்காவும்
பிடித்துக் கொண்டு பார்க்க சென்ற இரவு சினிமாக் காட்சி
கொம்புடன் மொட்டைத் தலையன் மிரட்டும்
ஓனிடா டிவியில் பார்த்த ஒலியும் ஒளியும்
பாண்டி திருடன்-போலீஸ், செப்புச்சாமான்
காதுல பூச்சொல்லி தாயம் பல்லாங்குழி என
இரவு முழுக்க விளையாடிக் கழித்த சிவராத்திரி
இவையெல்லாம் நிகழ்ந்தது என் இறந்த காலம்!!
இவையெல்லாம் இறந்து விட்டது என் நிகழ் காலம்!!

5. நீயும் நானும்

ஆத்தங்கரையில் நீ
உனக்காய் தவமிருக்கும் ஆகாயத் தாமரையாய் நான்..
குழாயடியில் நீ
தண்ணீராய் வழிந்தோடியது நான்..
அம்மன் கோவிலில் நீ
அன்று மட்டும் பூசாரியாய் நான்..
மணமேடையில் நீ
என் காதலைச் சொல்லாமலே.. பந்தியில் பரிமாறும் நான்!

6. என்னை ஏன் மறந்தேன்?

உன் வீட்டைச் சுற்றி நான் எட்டு போட்டு நின்றேன்
உன் கோலத்தின் புள்ளியாய் நான் சிக்கிக் கொண்டேன்
நடத்துநரிடமே நான் டிக்கெட் வாங்கச் சொன்னேன்
உன் பெயர் எழுதி நான் கையெழுத்துப் போட்டேன்
தேநீரில் உப்பில்லையென சண்டை போட்டு நின்றேன்
பிட்சா தொட்டுக் கொள்ள சாம்பார் கொஞ்சம் கேட்டேன்
மொட்டை மாடி ஏறி வாசல் தேடி அலைந்தேன்
அடியே..உன்னைப் பார்த்தல்லவோ என்னையே நான் மறந்தேன்

7. கனாக் கண்டேன் தோழி!!

பச்சைப்புல் மேல் பனித்துளியாக
வானில் மிதக்கும் மேகக் கூட்டமாக
மேகம் தழுவும் உயர் மலையாக
அந்திமாலை இளஞ்சூரியனாக
தடையேதுமில்லாத் தென்றல் காற்றாக
ஆழ்கடல் நீந்தும் அழகு மீனாக
உலகமெல்லாம் சுற்றித் திரியும் பறவையாக
ஒளிரும் உடலுடன் மின்மினியாக
பல்வண்ணம் கொண்ட வண்ணத்துப்பூச்சியாக
கனாக் கண்டேன் நானும்
மனித உருவெடுத்தே மாபிழை செய்தேன்

8. என்றும் உன்னுடன்

வானாய் இருந்தாய்
உன்னைச் சுற்றியே நட்சத்திரங்களாய் நான்..
வெண்ணிலவாய் ஒளிர்ந்தாய்
உன்னைச் சுற்றும் பூமியாய் நான்..
மலையாய் உயர்ந்தாய்
உன்னைத் தழுவும் மேகமாய் நான்..
அழகு மலராய்ச் சிரித்தாய்
உன்னைத் தாங்கும் காம்பாய் நான்..
பெண்ணாய்ப் பிறந்தாய்
அதனாலே ஆணாய் நான்..

9. தேடும் கண்களைத் தேற்றுவதெப்படி?

என்னுள்ளில் உயிரும்
நான் வாங்கும் மூச்சும்
எனக்கான எல்லாமும்
அவளே அவளே என்று
கோடி முறைக் கூறினாலும்
தேறாமல் உன்னைத்
தேடியே அலைந்தோடும்
என் கண்களைத் தேற்றுவது
எங்ஙனம் என்று ஒருமுறையேனும்
சொல்லி விட்டுச் செல்
எந்தன் பைங்கிளியே..!!

10. ஊடல்

செம்மஞ்சள் பூசியேக் கீழ்வானப் பெண்ணாள்
ஆதவன் வருகைக்காய் காத்திருந்தாள்
தலைவன் மறைவைத் திங்கள் வந்து கூற
வாடி நின்றே வான்விளக்குகள் அணைத்தாள்
விண்மீன் ஏற்றி அவளைத் தேற்றும் தோழியரே!
மறைவல்ல பெண்ணே வெறும் ஊடலென்றும்
காலை வந்தால் தலைவனும் மீள்வான்
என்றும் அவளிடம் சற்றே பகர்வீரோ?

11. நான் யார்?

உன் உயிரை உருவி
கல்வி கொடுப்பேன்.
உன் பயிரைச் சிதைத்து
உணவு கொடுப்பேன்.
உன் நீரை உனக்கே
அளந்து கொடுப்பேன்.
உன் வீடு காடழித்து
சாலை கொடுப்பேன்.
உன் விருட்சம் அழித்து
காற்று கொடுப்பேன்.
உன்னை வேரோடுப் பிடுங்கி
நான் வாழ வைப்பேன்.
நான் அந்நியனல்ல விரட்டியடிக்க
உனக்கே உனக்கான அரசாவேன்.

12. யாரய்யா நீவீர்?

யாரய்யா நீவீர் எல்லாம்
அந்தப் பரங்கியரின் பங்காளிகளோ?

தமிழ்ப் பாலைக் குடித்ததில்லையோ?
தென்தமிழ் உப்பைச் சுவைத்ததில்லையோ?

வாழ்வுரிமைக் கேட்டால் சுடுவீரோ?
நாங்கள் வீழந்தது நீங்களும் வாழத்தான் என்பதை ஏன் மறந்தீர்?

எம் பணத்தில் நீர் வாழ்வது எம்மை வீழ்த்தத்தானோ?
நீர் நடத்தும் கூத்தின் பெயர் மக்களாட்சிதானோ?

அடித்து விரட்டவும் சுட்டு வீழ்த்தவும்
யாம் என்ன காக்கைக் குருவிகளா?

காக்கைக் குருவியைக் கூடக்
காக்கும் சட்டம் எமக்கில்லையா?

உப்பு விளையும் மண்ணில் ஒரு ஜாலியன் வாலாபாக்கா?
உயிரை எடுத்தாலும் எம்முஉணர்வை அழிக்காது உம் தோட்டா.

www.ingramcontent.com/pod-product-compliance
Lightning Source LLC
LaVergne TN
LVHW041717060526
838201LV00043B/792
* 9 7 8 1 6 4 6 7 8 4 3 8 7 *